சிலம்புவீத்தேன்

(சிலம்பின் மற்றொரு பரிமாணம்)

மு.பிரீத்தி

ஏலே பதிப்பகம்

சிலம்புவீத்தேன் – கவிதை
© மு.பிரித்தி 2021
எழுத்தாளர்: எழுத்தின் மாணவி மு.பிரித்தி
முதல் பதிப்பு: டிசம்பர் 2021

வெளியீடு:
ஏலே பதிப்பகம்
5/175, பாத்திமா நகர்,
கூத்தென்குழி,
திருநெல்வேலி – 627104
தொடர்புக்கு: 9944992571

Silambuveethan- Poetry
All Copy Rights Reserved By © M.PREETHI 2021
Author: Ezhuthin maanavi M.Preethi
First Edition: December 2021

Published By:
Aelay Publish
5/175, Fathima nagar,
Kuthenkuly,
Tirunelveli -627104
Phone: 9944992571

Design And Executed by

ISBN : 978-93-5533-287-5
Page : 41

முதியோனையும் காப்பாற்றினான் முற்பிறவியில்
நிகழ்ந்தனை மாற்றி அடுத்த பிறவியில் நிகழ
என் கற்பனையில் எழுதிய சில வரிகளை
 என் இதயத்தை அதன் சொற்களை வெளிகொணர்ந்த
பதிப்பகத்திற்கு

நன்றி,

இப்படிக்கு
-மு.பிரித்தி

நம் இறைவி வணக்கம்:

நாவமுது ஈந்த மாதாள்
    நாவசைய செய்த மொழியாள்
நாற்றிசை காணா அன்பினாள்
    அடைக்கலம் மேவிய மலராள்
தாயாய் தூயொளியாய் மருந்தாய்
    அருஞ் சொற்கள் ஈவாளே
வாணியாய் ஞானம் பேணிடும்
    வாழ்வு அளிக்கும் திருவுளமே
கண்கள் ஏற்றும் தீபமாய்
    வந்த தீர்த்தக் கடலேகரையே
வாழி மகளே வாழியென
    பாவையாள் பூரண ஞானமீக.

பாடல் சுருக்கம்:

*நம் இறைவியாகிய தமிழ்மாதை வணங்குகிறேன் நம்
அமுதம் யாது? நாம் பேசும் மொழியே
மொழிமடந்தையாகிய தமிழ் மாதிடம்
விண்ணப்பம் கேட்கிறேன் ஞானமீக என்று.*

                                              சிலம்புவீத்தேன்

வதுவை மங்களம்

வாழியொளிகள் மொழியும் மொழியால்
    வாழ்த்துங் குடியாய் பிறக்கபெற்றறோர்
நன்னீராட்டி நல்லுடையும் தரித்து
    தோகை மயில்நீலப் பட்டுமுடுத்தி
செங்கனல் மின்னிய அணியும்
    தண்மலர் தொடுத்த கேசமுமாய்
கண்மலர் கதிராள் மாலையணிந்து
    கயனொப்ப கண்ணில் நாணந்தறித்து
காயச் செந்தழல் வாழியுரையே
    மன்னனும் மடந்தையும் மன்றேறினர்
மூரா முகையும் அழகுற்றனவே
    மூரா மலராள் காரிகையாளே

விடலை யாடவன் வீரப்
    புயனவன் மாயாப் புகழ்பெறும்
குடியில் பிறந்து கரம்பற்றி
    கண்சேர இமைச்சேர ஒளியும்சேர
மங்களம் அணிவித்தான் மாண்புற
சால்புவார் மொழி வழியாகி
சூழ்ந்திடு இன்பமே சூழ்ந்திடு
    இன்பமே மாலவன் மங்கையோடு
மனத்திடையும் நீங்கா பூரணமாகி
    மகிழும் வேள்வி வலம்வந்தும்
வதுவை வாரணமாக வானவன்
    சேர்ந்தனன் கண்ணொளி காண்பிக்க

பாடல் சுருக்கம்:

வதுவை என்றால் திருமணம்.
மன்றத்துக்கு மணமகளின் வருகையும்
மணமகனின் வருகையும் நிகழ்கிறது.
சான்றோர் பெருமாக்கள் வாழ்த்த. மங்கள
அணிவித்தான்.

வதுவை உலா:

நாரிமலராள்   நீலாம்பல்   நிறத்தாள்
    நிமிரா   கதிராள்   ஒளியாற்றுமுகனளாம்
வானவனை   காணாள்   இல்லை
    வருகி   திருமாக்கள்   வழியாற
களிற்றினளவாய்   கலன்கள்   கலங்கள்
    கூவிந்ததுவே   திருப்   பொருட்கள்
நனியாய்   வீதியில்   கடல்கள்
    சங்கமித்தனவே   வதுவை   முகிழ்களுக்கு
இணைமயில்   தானாட   விழியீர்ப்ப
    துணைமயிலோ   கண்   உயங்க
இந்தின்   இளம்பிறையாள்   சீர்த்து
    நடை   நடந்தாள்   மதிமயங்கவே

பாடல் சுருக்கம்:

நெற்கதிர் போல தன் தலையை நிலம் நோக்கி
நடைப்பயிலாகினாள். தன் தலைவனை பார்க்காமல்
நடக்கிறாள் ஒழுக்கமிதுவே திருமண சீர் யானையின்
அளவிற் பெரிதாய் தன் மக்களும் உறவுகளும்
வழங்கினர். அணிகலன்ங்கள் கலங்கள் தன் மக்கள்
சுமந்து நடந்தனர் கடல் போலவே

வதுவை நிறைவு:

அந்நாள் நிறைவுற்றனவே கனவாய்
    சூளிகைமுன்னே மன்னும் மடந்தையும்
ஊஞ்சலாடினரே நிலவின் மடியில்
    கரைசேரா நதியாய் காலம்
மயங்க நாரையும் அன்னமும்
    அசையா நிற்க தண்ணொளிய
வெள்ளியிடை யணி அணங்காள்
    கண்ணகைய கண்ணாடி தானுன்
முகம் கவியாய் பொய்யுரைய
    அகம் குளிர தேவன்வழிபாங்கி
இரவும் மறவும் இணைமரைகள்
    ஒளிந்த மலைத்தேனை கண்டனரே

பாடல் சுருக்கம்:

*திருமணம் நிறைவுற்றது கனவாய் முற்றத்து நிலவின்
முன்னே ஊஞ்சலாடி மகிழ்ந்தது தேவன்
விளையாட்டுதொனே இரவே மறக்கும்
மகிழ்ச்சித்தேனை கண்டனரே.*

                                             சிலம்புவீத்தேன்

யாழியூர் வளம்:

மான்கள் மயில்கள் மாநாடு
    நடத்தும் நல்லூர் வயல்கள்
பச்சை பூக்கும் கதிர்கள்
    செழுமை கொழிக்கும் இன்பம்
அருவியாய் பாயும் வனப்பு
    ஈயும் நன்மாக்கள் செல்வ
பொருட்கள் இயலாதவருக்கு ஈந்து
    மகிழ்வர் எனில் வெம்மை
ஏதும் பாரவில்லை துன்பமென்று
    நேர்மை இழைத்த யாழியூர்
குடிகள் பெருவாழ்வு அளித்த
    மண்ணகத்தில் வாழும் நனியூர்

பாடல் சுருக்கம் :

மான்கள் , மயில்கள் விளையாடிடும்
இன்பம்,அருவியாய் பாயும் அழகு,.உதவி வாழும்
பண்புடைய மக்கள், துன்பமென்றஜன்றே யாதென்று
அறியாமலே வாழும் நேர்மையான மக்கள் வாழும்
யாழியூர் .

பகல் பொலிந்தது:

பகல வானில்   நல் காந்திச் சொரிய
இகல தேனாய் அம்பு தைப்ப வாரிதி
மடியேந்தி செல்லும் இயன காதல் களித்த
இயற்கையின் இகமலர்கள் பெயர் கூறினரே
கோவ்வை இதழ் விரிய "கோசிலம்பி உம் நாச்சி"
மோடி கண்ணான் சொன்னான் "யான் சிந்தூரான்"
தூறியாடும் வேளையிலே தூர தேசமேகினரே
மெய்யால் இல்லை காதலென்னும் பொய்யாலே

விழாக் வழிபாடு :

சித்திரை திங்கள்   பரிதி சூழ
 புதுமணச் சிலம்பியும் சிந்தூரனும்
திருவிழா தன் குடியோடு
வந்தனந் தந்தனரே குங்குமப்
பட்டும் பொட்டும் அணிந்த
 சீரிய சிறப்பு விருந்து
மக்கள் பூசிக்க மங்களத்
தேவியின் பொன்னடி இழையாம்
கரந்தனை உயர்த்தி கடிமனை
வைத்தனரே திருமுழுக்கு விழா
மெய்மறந்து பொய் உணர்ந்து
புவிமயக்கிலே யோகம் அடைந்திட

பாடல் சுருக்கம்:

பொங்களுக்கு புறப்பட்டனர் புதுமணத் தம்பதியினர்
வந்தனர் மங்களத் தேவியின்தரிசனம் பெற்று உலகம்
பொய்களை மறந்த அமைதி கிடைக்கிறது அதிஷ்டம்
ஆகிறது.

விழா பாட்டு

சிலம்புவீத்தேன்

ஞானவோளி தந்திடு!
ஞாலம் வழி தந்திடு!
ஞாழல் பூவை சூட்டிட
முத்து முத்தாய் குமிண் சிரிப்பில்
முத்தி ஒளி மீட்டிட என்னில்
என்னை மிடுக்காய் மிளர வைத்தாய்
தாயே மங்கள தேவி
கயற்கண்ணி காட்சித்தாள்
கருணை யுருவில் மோட்சித்தாள்
பாட வைத்து பாட வைத்து
திருமுழ்க மனதிற்கு
களிப்பு வீண்டாய்

விழாச் சூழல்

தேவி அருட்ப யாழியூர்
வாசிக்கு இறைவி காட்சிக்கவே
சங்கத் தோடா கைகள்
குலுங்க முகிழ் நகைய
தங்க அணிகள் தத்தைகளும்
சிறிய அரும்புகள் பாங்கிட
நங்கை மணிகள் தீபமேற்ற
பொன்னுதல் சேரா திலகம்
சங்க கழுத்தில் எழுத
பல கின்னர மிதுனம்
ஒருசேர கூட்டத்தில் அழகாய்
மின்கிறதே சால்புவார் சங்கம்
காற்று பேசும் முகிழ்களும்
ஆசனம் அமர்ந்து கேட்குதே

பாடல் சுருக்கம்:

அமைந்த சுழல் மங்கள தேவி வணங்கி பாடிய
பாடலை கேட்டனர்

விழா கோலம்:

நீளை யாட்டும் சுழல் தேரில்
    கடிதாய் முகன் நகைய
நீழல் பனைச்சுழலி பாங்கிட
    இளவட்ட கல்லெடுத்தல் மல்யுத்தம்
நெஞ்சில் நீங்கா மஞ்சு விரட்டும்
    வீரமாகிய உரிமர மேறலும்
பானையடித்தல் உயரிய குடியாம்
    எங்குடி காதலனையர் கண்டினை
இன்பழும் புட்களும் அறிந்ததுவே
    புரவியாட்டம் ஓயிலும் மயிலும்
மாதினி கும்மி கேளிக்கைகூத்தும்
    மேதினி மகிழ்வாய் சுழன்றதுவே

பாடல் சுருக்கம்:

*ராட்டினம் காற்றை ஆட்ட முகமலர்ச்சியோடு
இருந்தனர் பனை காற்றாடியில் விளையாடியும் மற்றும்
வீர விளையாட்டுகளும் நிகழ்ந்திருந்தன.வெற்றி பெற்ற
மாவீரனைமணஞ் செய்தல் காதலிணையராய் சேர்த்து
வாழ செய்து புட்களும் அறிந்தது புரவியாட்டம்
ஓயிலாட்டம் மயிலாட்டம் ஆட மகளீர் கும்மி கேளிக்கை
கூத்தும் இருந்த உலகம் அழகாய் சுழன்றதுவே*

                                          சிலம்புவீத்தேன்

விழா கும்மி:

கண்கள் தெளித்த புன்முறுவலுக்கு
கும்மி கொட்டுங்காள் !
வேரை வழிசெய்த தமிழ்முகைக்கு
கும்மி கொட்டுங்காள்!
யாரை வந்தும் ஓம்பும் சிமிழுக்கு
கும்மி கொட்டுங்காள்!
தேரை உளமாய் நெஞ்சிலே வைத்தகம்
கும்மி கொட்டுங்காள்!
மாரி மலர்பொழிய உதித்த செந்தமிழுக்கு
கும்மி கொட்டுங்காள்!
வேங்கையாய் வந்துதித்த வாரணர்க்கு
கும்மி கொட்டுங்காள்!

பாடல் சுருக்கம்:

*கண்கள் தெளித்த அழகிய புன்சிரிப்பு கும்மி
கொட்டுவீர் வேரை வழி செய்த தமிழின் முகையாகிய
சிலம்புக்கு கும்மி கொட்டுவீர்.யாரை வந்தும்
விருந்தோம்பும் குங்குமமச் சிமிழுக்கு கும்மி
கொட்டுவீர்.தேரை
உளமாய் நெஞ்சில் வைத்தகம் கும்மி கொட்டுவீர்.மலர்
மழையாய் பொழிய உதித்த செந்தமிழுக்கு கும்மி
கொட்டுவீர் வேங்கை போல வந்து பிறந்த ஆடவர்க்கு
கும்மி கொட்டுவீர்.*

கேளிச் சித்திரம்:

சமாளன் என் சாமரை உம் கொக்கரிப்பு
துன்பம் புழையம் புன்னகை விழையும்
இயைப்பாய் இசைவிய திரையிலே
குடிகள் கடுக்க தொடங்கினான் உரைய
கள்வன் அகப்பட்டான் காவலுக்கு
கைகுலுக்க களவெடுத்த பொன்னை
ஒளிக்க பசியென் றொடினான்
எங்கே புசி என்றதும்
தேனென்று எடுத்து பருகிட
எண்ணெய் குடித்தான் போலும்
தாரை அழுத்த விழித்தான்
வயிறோ அல்லலாட துடித்தான்
துடித்தான் கொல்லை புரமெடுத்தான்
ஓட்டம் ஓடிட ஓடிட.
தட்டு தடுமாறிட வேலிபுறமாங்கே

பாடல் சுருக்கம் :

கோமாளி வருக்கிறான் தனது அரசில் துன்பத்திற்கு
இடமில்லை மகிழ்ச்சிக் கொண்ட முகமே இருக்கும்
சொல்கிறான் மேலும் திருடன் ஒருவன் அகப்பட்டான்
காவல்காரனுக்கு.கைகுலுக்க விழாவுக்கு
கேட்டப்போழுது பசி என்றோடினான் எங்கே உண்க
என்றதும் தேன் என்று
எண்ணையை குடித்தான் குடித்ததும்வயிறு தன்
வேலை காட்ட கொல்லைபுரமெடுத்தான் ஓட்டம்
எடுத்தான் வேலி ஓணானை சாட்சி வைத்தான

   சிலம்புவீத்தேன்

விழா நிறைவு

விருந்து புசித்தனர்
இயைபுலி அருவிருந்து படைத்தாள்
விழா முடிந்து இருப்பு பார்ப்ப வந்தனரே
களிற்றின் மேலே மங்களம்
சுமந்து வீதியின் கண் வாரிதி தான் வந்ததுவே
இணை மஞ்ஞை நடை பயில
துணை மஞ்ஞை ஆர் பறிக்க
சிந்தூரான் கோசிலம்பி
கண்ணயரும் நேரம்
மந்திரன் மாந்தேனன்
களிப்புடன் கலந்துரையாட
கலையறியா காதலிணைகள்
மௌனித்து குமிண் சிரித்தனர்

கனவில் சித்தரித்தது:

சிலம்பொன்று கையில் ஏந்தி நிற்றகையாளாய்
இருந்தாள் மக்கள் பீதியில் வணங்க பார்த்தாள்
சட்டென நினைவு திரும்பியாள் மக்கட் வணங்கியதை
நினைவு கூர்ந்தாள்.

கோசிலம்பி உரைத்தது:

இத்துணையும் நீ கேளா கதை
	உண்டு நான் முன்பே பிறவ
ஊழிட்ட தாழிடையே புது உடை
	பாழிலா வாழிய வழி திறப்ப
புவி பூத்தேன் உம் மனிதியான்
	யானே யானாறு அறிய ஆற்றுக
கிட்டிய வாழ் வனைத்தும் வாழ்வ
	ஆழி விடவும் வாழ்வு பெரிதே
வாழ்க என்று வல்லோன் வகுத்த
	விதி யிணைத்த பதி கொள்ள
வான் இழைத்த வாரணமாம் வான்முக
	சிந்தூரா சிந்தை சிந்திய சியன

தோழி கூற்று:

ஊரும் ஏத்தும் மாதினி தெய்வம்
    ஊழும் வீழும் மேதினி தெய்வம்
ஈடில்லா இணையர் சாகா காவியம்
    வாடிடா செம்மல் காதல் காவியம்
நெஞ்சில் உறையும் இறை ஓவியம்
    உயிரில் உராயும் நிறை ஓவியம்
வாழுங் குடி போற்றும் ஆதி காப்பியம்
    பாரும் மாற்றும் நீதி காப்பியம்
வஞ்சமற்ற மண்ணுல இயற்றும் மறை
    வஞ்சகம் தீக்கிறை யாக்கும் மறை
சிலம்பு சீர்த்து சினந்த நீதி தாமரை
    நலம் தான் நெஞ்சி னிழையுமே

இருவரும் இயைப்ப தென்ப இல்லறம்
        இழைத்து வந்தர் விண்ணவர் மலர
நர்த்தகி நற்றாள் மடந்தை விழி
        மலர வேங்கை இதயமவன் ஆக
புன்னகை தேவி நீங்கியான் மயங்கி
        புன்னகை பூவிதழ் இன்பம் கசிய
வாழ்ந்தனர் சிற்றுளி கோடி யுகமாய்
        வாழ்த்த பெற கடிமகள் பாராசான்
பிறவ புரிதல் நீங்கி பிரிதல்
        ஆற்ற சேர்ந்தனன் தத்தை தேவி
வந்தான் தன் தேவன் என்று
        மறந்தாள் முன்ன கதை வாழ்வு

நாணி குறுகி தேவன் நிற்ப
    தானும் புரியா ஏனோ கலங்க
செல்வமெலாம் தேய கதை உணர
    தேவி சொல்லாது காற்சிலம்பு தர
நேயத்தாள் ஈந்த காதலாள் இருசிலம்பு
    கொண்டு வாழ் வுய்போம் என்று
நகர்ந்தனர் மாநகர் மதுரை நோக்கி
    நகரத்தார் ஏற்ற வரவு இன்கண்
பொருளை காக்க தலை   வந்து
    கணவன் நிற்ப சிலம்பை விற்ப
'இருப்ப தேவி இங்கே உனக்கு
    ஈட்டிய பொருள் ஆக்கம் செய'

ஊக்க மேற்று ஆக்கப் பொருளை
    சேர்ப்பாகி வஞ்ச ஆசை கொண்ட
அலகை பழிக்க பெற கள்வன்
    என சாடி கோப் பெருந் தேவி
சிலம் பென உரைப்ப எந்தேவி
    சிலம்பு என்று செப்ப இசையா
குற்றம் சொல்லி கொலை களப்படுத்த
    மேவிய அரசன் வெந்தழல் விதை
அறியாக் கண்ணாய நிற்ப தனைய
    ஏவிய வேலை செய்து முடிப்ப
செய்தி உரைப்ப பழி தந்த
    வெந்தே புன்கண் குடி அழிப்பேன்

அழுத கண்ணால் கணவன் காண்ப
    கறைப் பழுத்திலா நினை சேர்வ
எந்தலைவ நின்பழி தந்து பிழைப்பற்றரே
    கழுத்தில் ஒழுகிய குருதி துடைத்து
அழுது அன்னமாய் அஞ்சனம் கரைந்து
    வழிய ஊரோர் முன்பு நீதி கேட்க
வழக் குரைப்ப அணங்காள் நிற்ப
    கள்வனின் கிழத்தி என்றதும்
கொள்ளேன் என் சிலம்பு நீள்சிரிப்ப
    நின் குருதி குடிப்பேன் எனுடைந்தது
முகத்தில் தெறித்தது மணிகள் நீதியின்
    குருதி யானே இறப்ப கள்வன்

துணைவழி தொழுதே உயிர் நீத்தாள்
        பெருந் தகையாள் நீள சிரித்தாள்
நாற் றிசையும் நீண்டு ஒலிப்ப
        நீதி குருதி குடிப்ப அலகை தழல்
விழுங்க கொடிதாய கடிமலராள் அழ
        தன் தேவன் வந்தனன் வலவனாக
அழைத்து செல்ல மூரல் தெளித்தாள்
        சீராய் ஈண்டில் புக்கி மணந்தாள்
தன்தேவனை மீண்டு பிறப்ப மனிதி
        நுந் தனை கிடக்க பேற்றேன்
சிலம்பி சிந்தூரா சிறக்க புக்கிய
        சிறகே அணங்காள் தரிசன விழா

கனவில் கோசிலம்பி:

அந்தி பொழுதின் ஆங்கே
        யாமம் தூயில மடி நீட்ட
நிலவின் தாளாட்டில் தன்
        தேவனாங்கே பள்ளியில் துயில
கனவில் கொன்றை ஒன்று அலர
        காண்ப விழித்தாள் வைகறையில்
தன் பிறைமதியே வெட்க
        கண்ணுருகி காதலவன் இன்முகம்
பொன் பீலியவள் பிம்பம்
        பார்ப்ப நாணப்பூந்தேஞ் சொறிய
பூத்தாள் நிலாம்பல் நிறத்தாள்
        செந்தாமரை நிறம் ஏகினாள்

பாடல் சுருக்கம்:

கனவு கண்டாள் கோசிலம்பிஅதில் கொன்றை பூ
பூத்தது.தன் கணவன் உறங்கிட அவனுடைய
இன்முகத்த கண்டாள் கண்ணாடியில்
தன்னுடைய முகம் பார்த்தாள்

பரிசு வெற்றி :

களிற்று மீதேறிய தீரத் திமிலான்
        மும்மதம் அடக்கி பொற்கிழி பெற்று
ஈட்டிய ஆங்கே சிலம்பு கொள்ள

        கலக மாகினன் மனந் தனிலே
வினையால் புன்கண் மீட்க முளரி
        சூடிய தோழி யுனை வழிதெள்குரை
அந்தியில் விழுந்த பரிதி இழைய
        வேங்கை வீச் சோறியும் காந்தியோடு
மந்திரன் மாந்தேனன் இருவரும் வாழிய
        மனமுவப்ப தஞ் சுற்றர் முன்னே
கண்ட முல்லை முகண்டை மணந்து
        எழில கந்தழி கண்ணே விழைய
செங்குருதி யிழை சிலம்பின் கண்ணே
        சென்னிய குடியின் சிலை நுதலாளே

சிந்தூரா கூற்று:

கரம் பெற்றன் அந்நாழியில்
மங்களங் கோடி மனதனில்
பொழிய பொழிலானது பூக்கோளம்
மங்காத முக தெளிவு
தண்ணொளி சந்திர பொலிவில்
வந்தனள் மஞ்சை மங்கை
அளுரடு அணியாள் ஒள்மலராள்
ஆருயிர் கென்ப கிடைத்த
மாது மண்ணுயிர் உவப்ப மாந்தளிராள்
தேவன் வழி பாங்கி வன்னி
நிறையுடை பூரண பெண்ணாய்
ஏகினாள் என்றன் புவிதனிலே

கோசிலம்பி கூற்று

தேரில் தேவானையோடு
வந்த இந்திரனோ
வானில் குளிர் தூவ
வந்த சந்திரனோ
தூணாய் மறைந்து
நோக்கினீரோ

இசை மீட்டீரேன்
நாணி போன பூந்தும்பி
பாடா மயங்கும் நேரமிதில்
முக்கனி விருந்து சுவையீர்

கீழ்வானப் பரிதி கீற்றாய்
மனந்தனில் விழுந்ததும்
மோடியிலிருந்து
விழித்தேன்
அந்தி கதிர் தேவன்
வந்ததும் ஆடை மாற்றும்
வானமே உம் நாச்சி

சிந்தூரான் கூற்று

சிலம்புவீத்தேன்

தெம்மாங்கு வண்டு நான்
போதை தேறாமல் நிற்பேன்
கண்கொட்டாமல் பார்த்து
தேவகானம் பாடுந்தேனே

அறன் மாறா நெறியால்
பொருளீட்டிய புதிரும்
அறங் கூறிய தேவியே
அன்னமாய் வந்திணைந்தாயே

நின் விழியசைவில்
இயனும் கெண்டைமீன்கள்
கண்டேன் தேவியே
புதிர் கொடுத்தால்
பதைப் பதைபேன்
போர்க்கு விழையேன்
வழியனுப்பு தேவி
வாகை சூடி
பன் மலர் தூவிடுவர்

உவந்து பாங்கிடும் மீனாம்
உழிஞை கொடியாள்
பாவை கண்ணொளி
காண காட்டுதே

கோசிலம்பி உள்ளுரைத்தல்

வியதகைய செய்தி சேர்பி
வானமே முகை பிறக்கும்
வேலையில்
அந்தி மலராது
என் தேவன் குறிப்புரைய
சாயாதே செங்கீற்றே
தூதம் சேர்பி
இழையாத அகத்திலே
ஊடல் கம்பளை கண்ணீரிலில்லை
பழுது நிங்கி இணைந்தோமே

சிந்தூரான் குறிப்பு உணர்தல்

சேர்பித்த சிலம்பை
ஆணை யுணர்ந்தேன்
வந்தனை தேவன் ஆணை
வந்துதி திருவுளஞ் செல்வமே

இனிய செய்தி சேர்ப்பித்த
மாருதமே வாழ்க வாழ்கவே
போர் விழையும்
ஊராங்கே செல்லாதேன்
யான் காவல் நிற்றேன்

சிலம்புவீத்தேன்:

சால்புரைத்த செங்கீற்றாய
 சிலம்பு சினந்த கருவூலம்

மண்ணில் மனிதியாய்
மலர்ந்தும் மாட தீபமாம்
கயற்கண்ணி

பல சகாப்தம் கடந்தும்
ஒளிர்க்கிறதாம்
கடலாம் அவளதிகார கீதையோடு
மிடுக்காய் மிளிர்கிறாள்

முவ்வறம் வலியுறுத்தும்
குடியை மேவி பாடும்
மதிலமை ஊழை பாடும்

ஊழின் இசைவில்
வீற்றிருந்த அணங்கை
பாடும்

அரசியல் கடிந்துரைய
பாடுதும் பாடுதும்

முத்தமிழ்ச் சோரியும்
பரவசமானவும்
உரை இன்பப் பொழில்
அணி வகுக்கும் மணியோடும்
முத்தொடும் பவளத்தோடும்
ஒளி கூண்டாய் இழையுமே
சிலம்புவீத்தேன்

சிந்தூரான் கோசிலம்பி திருகாதல்:

குமுத தோழியே!
தண்கீற்றே உதிரியாகினாய்
பூவணிப்ப ஓதியைக்கு!

அமுத யாழியே
செங்கீற்றே கண்ணிரண்டும்
கதகதத்தே!

வேழம் பூக்கள் மண்டிய
அடர் இருள தேனீக்கள்
பூ நுகரும் வேளையிலே
சாயுங் காலத்தில் சாய்கிறேன்
தென்றலின் தேவியே

தாழம் புதர் மண்டிய கானில்
உலவும் மான் கூட்டங்கள்
என் எண்ண ஓட்டங்கள்
மாறவில்லையே மாங்கிளியே!
தேவன் மாருதமே

நின்னை காண்பித்தாய்
இத்துணை துயரமேன்
ஏனோ?
கார்கால திவளைகள் துள்ளி கேட்குதே
வானவில் நதியதில் மூழ்குதே
தென்றலின் தேவியே

தளிர்கள் விருட்சமாகிய
காதல் கண்ணாளனே
கார்காலம் தூறல் திவளைகள்
பனியாகி பூவுறங்கியது
மனம் மருங்கியது மார்கழியாய்
குமுத தோழியே!

சிந்தூரான் கோசிலம்பி ஊஞ்சல் :

பைங்கிளி முக்கனி விருந்தில்
மருங் கிசைய மாயிருட்டில்
கழை கானில் ஆடிடும்
ஊஞ்சலின் பொன் வேளையில்
கணைகளை தொடுத்த இமைகள்
இவன் நெஞ்சில் கொடுத்த
இனிய இன்னல்கள் இவை
பாராது பார்த்த
மனிதர் மாதிரள் ஐயுறும்
அல்லவோ மனிதன் மனிதியா
இறைவன் இறைவியா? என்று

ஊஞ்சல் பாட்டு:

கைகள் தீண்டிடும்
சிறுகாந்தளே !

மேகமாய் ஊரும்
காற்றிலாடும் சிகையிலே
தாளாட்டினாய்
சிறு முகிழே!
ஊஞ்சலாட்டு நீ
பூம்மொழியே

என்னை என்ன
செய்ய நினைத்தாய்
பஞ்சு பஞ்சாய்
ஊதிவிட்டாய்
பூவிதனே

வானவில் நதியாய்
ஓட்டம் பெருக்கெடுக்கும்
காதல் பொழிலே
நிலாவொளியில்
மாலைச் சூட்டியென்ன
பொன்னாரமே

புன்கண்ணேது உங்கண்
நோக்கையில்
மாமலரே

சிலம்புவீத்தேன்